Ang Paglalakbay ni Leon Asilo

Emmanuel Bandelaria Asi

Ukiyoto Publishing

All global publishing rights are held by

Ukiyoto Publishing

Published in 2022

Content Copyright © Emmanuel Bandelaria Asi

ISBN 9789360163198

All rights reserved.
No part of this publication may be reproduced, transmitted, or stored in a retrieval system, in any form by any means, electronic, mechanical, photocopying, recording or otherwise, without the prior permission of the publisher.

The moral rights of the author have been asserted.

This is a work of fiction. Names, characters, businesses, places, events, locales, and incidents are either the products of the author's imagination or used in a fictitious manner. Any resemblance to actual persons, living or dead, or actual events is purely coincidental.

This book is sold subject to the condition that it shall not by way of trade or otherwise, be lent, resold, hired out or otherwise circulated, without the publisher's prior consent, in any form of binding or cover other than that in which it is published.

www.ukiyoto.com

To my wonderful wife Amor Delas Alas Asi and amazing sons Abram Alexander and Aemiell Andrews

Contents

Ang Atis Bow!	1
Tanikala!	2
Sayang Na Pag-Irog…	3
Kailan Darating Ang Umaga?	4
Ang Pagbabalik	5
Takipsilim	6
Pacquiao Afterthoughts After The Fight With Horn	9
Alin Ang Uunahin?	11
Ako Ay Bomoto…	12
Hiling	16
Miss Ko Na Kayo	18
Mga Agilang Mindoro	19
Merdeka 2019 Bronze Medalist	21
Kuya Wil?	22
Balinas Online Chess Tours	24
Eleksyon	26
Hinog Na!	27
Gaano Kadalas Ang Minsan?	28
Binbining Singkit	29
Hindi Pa Tapos Ang Laban	30
THE GAME IS NOT DONE	31
(English Translation Of Hindi Pa Tapos Ang Laban)	31
Hindi Baling Walang Tulog	32
Huwag Ka Nang Magalit!	33
Skyway To Heaven	34
Hay Buhay!	35
Rizal	36
Ang Pasko Ni Utoy?!	37
Happy Nth …Monthsary Silvics!	39
Hinaing Ng Anak	40
Ang Mangyan At Ang Mamay	41
Kumusta Ka Kapatid?	43
Biglaan	44

Unang Pasyal						45
Jelma							47
Ang Lihim Ng Mangyan				49

About the Author					*51*

Ang Atis Bow!

Ako dito sa sulok may natatanaw
Napapalunok... napapatakam
Mapanuksong larawan
Kalamnan ko ay nangangatal!

Pakiwari ko ay napakatamis
Hindi ako mamamali sa pagkilatis
Walang duda napakatamis
Lamang ay di amin... nakakainis!

Tanikala!

Kailan nga ba makakalaya?
Tanikalang huwad kailan mawawala?
Ito nga ba'y isa lang gawa gawa?
Panginoon tanggalin na ang sumpa!
Kagabi ako ay natulog ng napaka himbing
Naalimpungatan biglang napatingin
Kapaligiran ay lumuluningning
Mundo ay naghilom sa sakit ay gumaling!
Kapagdaka mga mahal ay nakatalamitam
Maari daw bang kami ay mamasyal?
Dagling nag-isip di na pinagtagal
Doon tayo sa Cocofarm ihahanda ko ang sasakyan!
Ang mga lutuin agad na nililok
Amoy pa lang ako'y napapalunok
Pananabik malapit ng maarok
Si Muxy agad pinaharurot!
Bumulaga ang munting paraiso!
Nababalot ng mga galang paro-paro
Kakaibang ugat naglipana kahit saang dako
Kapayapaan damang dama ko!

Sayang Na Pag-Irog...

O dilag na makapangyarihan!
Nang pumasok ka sa aking isipan
Tulog kong puso'y iyong pinukaw
Luksang mga ugat iyong binuhay!
O giliw kung tumingin ako'y lihim
Kung mapupuna kunwa'y hindi ka pansin
Kapag may bubuyog sa iyong hardin
Bakit ang ulap ay kumukulimlim ?!?
Kagabing kay ginaw ikaw ay kasama
Ang piping puso ko'y anong ligaya
Subalit ng ikaw ay hahalikan sana
Biglang naputol yaring pagsinta!
    Sayang ...sayang ...sayang na pag-irog
    Kay tagal ng layon ay pinutol ng lamok!

Kailan Darating Ang Umaga?

Bakit sa tuwina'y kaydilim ng umaga?
Mga kulog at kidlat nagbabadya baga
Luksang ulap humahadlang talaga
Sinasansala ang mithing ligaya.
Kawangis ng batong di natitinag
Ang tanging saksi sa mga naganap
Mga nakita'y di maibulalas
Pangkat walang layang makapagpahayag.
Kawangis ng mangmang na'y pinutol pa and dila
Dahil sa nakita ang krimeng nagawa
Mga nakita'y pinagwalang bahala
'Pagkat sa pagwika'y wala siyang laya.
Kawangis ng lahing minsa'y walang kibo
Laging yumuyukod, laging tumatango
Sa pagkasubasob di makatayo
Pagkat pinipigil ng mga maling turo.
Ah! Kailan nga ba sisikat ang araw?
Upang magsiwalat ng katotohanan
Upang ipabatid mga kamalian
Bunga ng ulap ng kasinungalinan.
Ang paraan kaya'y magsawalang kibo
At huwag indahin sugat na tinamo
O hanapin ang mga nagkanulo at
Kuhanin ang apdo't durugin ang puso?

Ang Pagbabalik

Ako'y lumipad kasama ng ibang ibon
Bagwis ko ay nakabuka ...umaga hangang hapon
Malayo ang tutunguhin ...mainit .. ...tumutulo ang sipon
Katawan ay ngalay, uhaw ... gutom
Kay gandang pagmasdan makintab na butil ng dagat
Mga kastilyong batong nagsilbing alamat
Matulaing libingang kasaysaya'y di masukat
Talon na bumubuga ng yelo tila ayaw magpaawat
Pabalik na ang mga ibon
Mabilis ang kampay wari'y may humahabol
Kaya pala'y mga inakay na naiwan ay umuungol
Nanabik kaya sa pagbabalik o sa mga pasalubong?

Takipsilim

May isang bata sa tournament
Ako ay nakalaban
Agad ko siyang tinantya
Sinukat ang kakayahan
Kapagdaka ay sinugod ko
Ang kanyang kaharian
Kitang kita ko siyang namumutla
Katawan ay nangangatal.
Mga araw... buwan...
taon ay lumipas
Sa Messenger ko'y
May lumabas na kalatas
May tanong siyang
Labis kong ikinagulat
Pagtingin nya pala sa akin
Tunay na kay taas!
Master Noel ... paano po ba
Maging Master din?
Paano nga ba maging Master?
Bigla akong napatigil
Paano nga ba maging Master?
Bigla akong nangigil
Paano nga ga?

Ako'y tila nababatil....
Hindi ako Master ...
Ngunit ako'y naghangad
Na isang araw matupad
Yaring payak na pangarap
Dating bagsik ng tira ko'y
Aking ipinalasap
Sa mga bigating sina Areque,
Artus, Bagamasbad...
Paano ko kaya
Sa kanya sasabihin?
Mangarap ka Totoy
At agad ding gumising
Minimithi mong tala
Hindi mo mararating
Sapagkat ang ulap
Ay laging makulimlim.

Bakit nga ga may magaling
Nagpapababa ng rating?
Bakit nga ga may expert
Nagrerenounce pagkamaster?
Dahil ba sa pilak ni Hudas
Na malakas tumaginting?
Magkagayon man
Bakit walang pumipigil?

Mahirap nga bang
maging master?
Para lang ba ito
Sa hari ng Juniors at
Seniors at Olympiad
Qualifiers
O sa mga lumalabas ng bansa
Na may sponsors na mayamanin?
Totoy huwag
kang manimdim
Pagkat si Cong
Ay baka biglang magising
Sa hapag ay
Biglang maghain
Rating na 2100 or 2200
Pwede nang maging NM.

Pacquiao Afterthoughts After The Fight With Horn

Lumaban ako ng parehas
Di alintana kung ako ay may idad
Kahit kalaban ko ay tunay matikas
Basta't para sa bayan... ibibigay lahat.

Sa mga unang yugto ay aking sinukat
Kung ang kanyang kanyon ay talagang malakas
Aking napagtanto na siya ay may Alas
Kay galing at kay husay pala niyang manuwag

Ako'y duguan ngunit lumalaban
Kuhanin mo ang korona ko na may dangal
Ako'y mandirigma ako iyong igalang
Ako ay maginoo paa ko'y wag tapakan

Sa mga huling yugto'y aking pinakawalan
Dati kong bangis sa pakikipaglaban
Nang akin ng ibibigay ang kaliwa kung pamatay
Lintik na Bell tumunog naman!

Akala ko'y tapos na ang laban
Pagkat kamao ko'y niratrat siyang tunay

Ako'y nagulat siya'y muling nabuhay
Kamandag ng suntok ko'y tila wala ng saysay.
Panginoon lumaban ako ng parehas
Ngunit ninakaw ng may mga may masamang balak
Huwag hayaang magtagal sa kanilang palad
Gamitin mo ako... ang iyong tapat na alagad!

Alin Ang Uunahin?

Ako ay naiinip…
Maraming gagawin
Ano ba ang uunahin?
Tarbaho, pamilya o chess pa din?

Mabuti na lang mabait si Misis
Laging nag-i issue ng Misis Permit
Sa paglalaro ay ok humapit
Kaysa daw ang atupagin ay chicks.

Pero ngayong taon akin munang iiwasan
Pipiliin tournaments na sasalihan
Sapagkat na pa kumpirmiso ang Mangyan
Maraming utang na dapat bayaran.

Bakit ba kay sarap mag chess?
Tuwing naglalaro nawawala stress
Pagkatapos ng gawain agad isisingit
Larong nagpapatalas ng isip!

Ako Ay Bomoto…

Ako ay bomoto at ang ibinoto
Si P sa pagkapangulo
Sa pag aakalang may magandang pagbabago
Akong makikita sa Inang bayan ko.

Huli na ng aking napagtanto
Ako at ang iba ay tila nagoyo
Ang 44 na magiting at palabang sundalo
Ay sukat ba namang kanyang ipagkanulo

Ako ay bomoto at ang ibinoto
Ay si T na parang maginoo
Sa pag aakalang siya ay magbabago
Sa pag aaklas ng siya ay sundalo

Pa like like pa ako sa kanyang facebook page
Talagang akala mo ay inaapi lagi ang peg
Habang tumatagal ako'y naiinis
Pagkat ginagawa'y pansariling interest

Ako ay bomoto at ang ibinoto
Ay si chubby girl sa Senado
Dati rati hangang hanga ako

Maganda ang diction mukhang matalino

Anyare teh nag iba ang ikot
O ikaw ba ay talaga lang malibog
Paninindigan mo ay biglang lumambot
Kahit sa bartolina ikay kumekembot.

Ako ay bomoto at ang ibinoto
May pagkabastos pero maginoo
Pinaglihi sa puwit ng manok ang gago
Walang ginagalang walang sina santo

Pero kung susuriin ang kanyang ginagawa
Ay makakabuti sa bansang bilasa
Na may mga minoryang walang ginawa
Kundi bumatikos at sumuporta sa kaliwa

Bakit ba noong kanilang panahon?
Ay di pinag igi ang kanilang pag timon
Tapos ngayon sila ay walang bakasyon
Pinipilit ang madilim na kahapon…

My Other Woman!

Dati rati di kita napapansin
Pagkat sa basketball ako'y tunay na haling
Subalit nang minsang magka Liga sa amin
Sukat ba namang si Putol ang piliin.

Mula noon ay akin nang napagtanto
Sa larong basketball di tayo lalago
Dapat itong ipagbawal kahit saang dako
Ito ay pang barangay lang di pang malayo!

Isang araw mga kaklase ko ay nag-aasaran
Ako ay naintriga pinuntahan ko naman
Doon nakita ko mga mata mong mapupungay
Mga tagahanga mo ikaw ay pinaligiran!

Aaminin ko noong una ay paghanga lamang
Subalit ano itong nadarama ko habang tumatagal?
Hindi maaaring hindi ka masilayan
Umamin ka umamin ka ako'y iyong kinulam!

Subalit natantong kayhirap mong ma please
Inuuna mo sila ikaw ay nakakainis
Ano ba ang gagawin para puso mo ay makabig?
At ikaw ay bumagsak sa aking mga bisig!
Nagdaan ang mga araw, linggo...buwan
Bakit sa iyo ako pa rin ay talunan?

Ako naman ay pansinin mo maawa ka naman.
Ako naman ay pagbigyan mo, pagbigyan kahit minsan.

Kawangis mo ay buko ng rosas
sa hardin ng bulaklakan
Ako naman ay bubuyog talulot mo'y hinahagkan
Parating bubulong bulong umaamong pakikinggan
Yaring daing ng puso kong pag-ibig ang dahilan.
Masakit man ikaw ay nilisan
Si Mama sa Manila ako ay ipinasyal
Sa National Book Store mga paa ko ay natagpuan
Naghahanap ng pasalubong para sa iyo mahal.

Ikot dito ikot doon ikot ikot lang
Wala akong makita na sa iyo ay iaalay
Nakakita ako madaming libro kakakapal
Pinakyaw ko Informator P4.75 laang.

Piping saksi ang abandonadong bahay
Sa pagguhit ng kawangis mo sa papel na luhaan
Iniukit ang kulay itim at puting may pagitan
Mga nauupos na daliri'y aking pinagyaman.

Hindi naglaon ay ikaw ay bumigay!
Ako ay naging iyo, ikaw ay naging akin naman
Nang ikaw ay yapos yapos nakaroon ng sumpaan
Nangakong magsasama hanggang kamatayan!

Hiling

Sa buhay ay wala ng mahihiling pa
Buhat ng tayo ay pinag-isa
Magkasama sa hirap, sakit at dusa
Magkapiling sa tagumpay at saya.

Di mo na siguro tanda ng una tayong nagkita?
Sa Singles for Christ iyon kay saya talaga!
May narinig akong may humagikgik na dalaga.
Dagli ako lumingon, iyon ay ikaw pala.

Hindi ko alam para kang magnet
Lagi na lang ikaw ang nasa isip!
Sa Kabalikat sumali din kahit di mahilig
Ako ay si Journal. Ikaw naman ay si Silvics.

Sa panliligaw mahirap maging formal
Dapat nagpapaka totoo ka lamang
Minsan kasera ko ako ay tinawanan
Pagkat nalamang isang paa ko'y nahulog sa kanal.

Yari busted tiyak ang Mangyan!
Ako ay nag-isip... ibang strategy naman
Gusto ko ay unusual

Instead na bulaklak binigay ko ay tulingan.

Ikaw yata ay naawa sa aki'y napatingin
Oo ay iginawad noong November 27
Makalipas ang dalawang taon nagkaroon ng Piging
Kapagdaka ay nagbunga ng dalawang poging supling.

Maaring lagi tayong magkalayo
Subalit huwag ka sanang masiphayo
Aaminin ko meron akong dalawang kalaguyo
Ngunit mas matimbang ka pa rin sa aking puso!

Tanda ko pa noong ako'y nasa bingit nang alanganin
Angiogram ba or Angioplastyplasty ang sa akin ay gagawin?
Angioplasty sana ang sa Doctor ay sabihin
Sapagkat ang UCPB naman tiyak ako ay sasagipin!

Kahit pala paano'y ako ay mahal mo rin
Sa punas ng alcohol at bulak ako ay biglang nagising
Luha ay pumatak, bugso ng damdamin
Hindi mo hinayaang mundo ko ay magdilim!

Wala na akong mahihiling?
Maalaga ka kay kuyacute pati na kay Aem Aem
Kasundo ang pamilya ko't sa iba'y di tumitingin.
Meron pa ba akong hihilingin?

Miss Ko Na Kayo

Hi Sweetie bigla lang kitang na miss!
Nakakainis talaga itong Covid na pandemic
Pwede sana akong diyan bumalik
Kaso mahirap ang sasakyan meron pang rapid/swab test!

Sarap sanang maglakad sa may bandang likod
Kasama si Chuchay pag minsan ay si Whitey-pot
Kapag kasama kayo ay nawawala ang pagod.
Kahit puyat kapag ginising mo - sugod!

Napapangiti ako noong tinuruan mo akong mag Word Blitz
Kala ko ako ay magaling na...nakakainis
Ikaw, si Abram at Aemiell lagi akong nilulupig
Ayoko na suko na balik na lang ako sa chess!

Kumusta na ga ang iyong mga halaman?
Ang iyong grapes na galing sa kalangitan?
Ang iyong insulin plants panlaban sa aking ka sweet-an?
Ang paborito kung aso inyo gang pinaliliguan?

Ako? Ito katatapos maglaba hirang
Agad ko ring ipinasok nagbabadya ang ulan
Huwag kang mag alala katawan ay iniingatan
Lagi mong tatandaan kita ay mahal na mahal na mahal!

Mga Agilang Mindoro

Marami kaming lumipad pagkataastaas
Kaysarap lumangoy sa mga ulap na busilak
Mga bagwis walang pagod sa kakukumpas
Ito ang buhay wala ng mahahangad!

Minsan napaaga ng gising agad bumalikwas
Pumaimbabaw sa langit na malapad
Nang biglang may hanging sa akin ay humampas
Kagagawan ng Agilang tunay na kay kintab!

Kay ganda! Kay kisig! Tunay na matikas!
Sa pagkabighani hinabol ko agad
Sa dagat, sa burol, sa mga talampas
Ako ay hiningal... tumigil.... malayo ang agwat.

Kinabukasa'y kinausap mga matatanda
Sa kanila sinabi aking pagkamangha
Ah si Joey iyon nakatira sa Ibaba
Sanay talaga iyon sa pakikipagdima!

Mga araw, linggo, buwan, taon ay nagdaan
Paunti ng paunti ang pumapailanlang
Sa wari ko ay napagod... katawan ay pagal

Ang iba ay naduwag tumago sa ilang.

Minsan sa itaas may agilang ding makintab
Kami ay nagpanghimok unahang makalampas
Pabilisang makarating sa bundok na kay taas
Sa huli'y ako ang nagwagi ng mahawi ang ulap.

Sabi nya sa akin ako daw ay higit
Ang ibang agila na sa una lang mabilis
Kapag unos at bagyo ay sumingkad humagupit
Nababahag daw kanilang mga bagwis!

Ang makintab na agila ngayon ay matanda na.
Ngunit sa tikas ng tindig walang pinagkaiba
Para pa ding dati malakas sa sultada
Gusto mong subukan? Dapat maghanda ka.

Sana isang araw palikpik ko ay kumintab din!
Sabay kaming lumipad sa ulap na malalim
Maglalakbay... makikipagbuno... hindi dadaing
Panginoon ... sana ay matupad itong munting hiling!

Merdeka 2019 Bronze Medalist

Pauwi ng ang Mangyan
Matapos makipaglaban
Sa larong labis na minamahal
Di naman umuwi na isang luhaan.

Dito ay aking pinilit
Makasali kahit saglit
Di pinaghari ang pagkainip
Kaya iyon tanso ay nakamit

Kuya Wil?

Kuya Wil puwede gang makalambing?
Maka request ng iyong awitin
Ang kantang "Ikaw Na Nga" gusto sanang ihain
Kay misis na minamahal - ang aking bituin!

Salamat mahal sa iyong pagdating
Sa aking buhay na puno nang panimdim
Akala mo lang siguro na wala akong isipin
Pagkat sa buhay ako ay tunay na malikhain.

Mahal huwag mong masamain
Kung sakaling ako ay laging naglalambing
Huwag kang mahihiya sa mga kaopisina'y sasambitin
Aba aba Amor ang mister mo ay haling!

Salamat sa iyong pag-aalaga sa ating mga anak
Sila ay mababait mga puso ay busilak
Lamang ang isa ay kawangis kong mahilig magpuyat
Iyon isa naman gustong makuha ang lahat.

Mahal "ikaw na nga" ang hinahanap ng puso
Sa piling mo ay nagkatotoo ang mga pangarap ko
Sa piling mo ay nawala ang mga siphayo

Hindi ko ramdam kahit tayo ay magkalayo.

Alam mo Kuya Wil minsan ako ay nilagnat
Sa lungkot halos mawalan ng ulirat
Minabuti kong sa TV ay magbabad
Salamat ... Wowowin ay nahanap!

Balinas Online Chess Tours

Nakakainis nakakayamot
Tournament di natapos
Kaligayahan ay naudlot
Nabitin sa mga pagtutuos!

Magkagayon man maraming salamat
Kay GM at Pamilya Balinas
Ay pagkadaming kasali – wagas!
Kaligayahan walang katumbas!

Sa dinamidaming kasali 800 plus
Sukat ba namang kaming magkapatid nagpangharap
Nakakatuwa din pala kapag 21 rounds
Mukhang makakahabol tuloy lang sa pagpadyak.

Maganda kapag ganitong open
Nakakalaban din mga magagaling
Master na kalaban muntik ko nang tagpasin
Lamang si misis masama ang tingin "Daddy ikaw ga ay kakain?"

Minsan ka lang umuwi di ka pa sasabay?
Kami ga ng mga anak mo ay di mo mahal?
Sa pagkataranta ang Rook ko ay naiwan

Diyos ko Lord asan ang katarungan?

Pwede gang sa sunod ay sa gabi ganapin
Ang mga online tournaments dito sa atin
Kamiy tututok sa trabaho kapag weekdays
Sa weekends naman sa pamilya maglalambing!

Eleksyon

Sana nga eleksyon na ay matapos
pagkat akoy tunay na nababagot
Ipad koy nag iinit sa kapipindot
Ako tuloy ay di makatulog

Kagabing kay init di ako nakatiis
na murahin si T.. na lintik
Wala ng ginawa kundi maghasik
Ng kasinungaling puno at liglig

Ito namang si M.. aking napag alaman
Sa pag collapse ng Pre need companies siya ang dahilan
Kaya pala wala na ako aasahan
Ang educ plan ni totoy ay sayang naman

O panginoon sana naman ay maayos
Itong bansa kong sa pag asa ay kapos
kay D… kumakapit ng lubos
pagkat pag iba'y ang kaban ay ubos.

Hinog Na!

Kapag nahinog ka akin ka!
Nawa'y abutin pa ng 2 umaga
Umalis ako kapitbahay nakamulaga na
Diyos ko po balik ko ay bukas pa.

Tulad mo ay babaing naka swim suit
Palaboy laboy sa beach parang nag aalok
Mga kalalakiha'y natatapilok
Pagkat tunay na kakaiba ang iyong alindog!

Gaano Kadalas Ang Minsan?

Madalas, paulit-ulit, lagi, parati, malimit
Naku naku bagang ko ay nagngangalit!
Nasisira ginintuang mga gamit
Kahit ikaw ay santo tiyak magngingitngit!

Kung talagang hindi masasawata
Maari gang magpanukala?
Isaayos sana ang pagkakamada
Ilang gang oras mawawala - tatlo, dalawa, isa?

Huwag naman puruhin sa amin
Aba aba ay pareho lang nakain ng kanin...
Kailan kaya matatapos ang araw at gabi ng lagim?
Nang kapanatagan ay aming kamtin!

Binbining Singkit

Hindi ko alam ako'y napa ibig
Sa iyo binibining mga ngiti ay kay tamis
Araw araw oras oras ikaw ay nasasaisip
Mapawalay sa iyo ay hindi ko malirip

Ano ba ang nangyari ako'y di mapakali?
Simula ng makita ka ay gusto ka nang katabi
Ikaw lamang walang iba iyan ay aking masasabi
Ikaw ang aking Honey, ako ang iyong Honey Bee.

Binibining singkit ako ay makulit
Kagustuhan ko ay laging ipipilit
Magsisibak ng kahoy? Mag iigib?
Gagawin ang lahat makuha lang ang langit!

Hindi Pa Tapos Ang Laban

Kagabi tunay na malungkot
Internet connection naghihikahos
Sa mga ka team mates di maka support
Nakaka stress... nakakapagod.

Hindi baling matalo - ubos kung ubos
Ma swindle, ma pork, ma intermediary move
Pero ang di makatira di ko maarok
Sa kalungkutan ako ay nalugmok.

At sa blitz laban Cebu muling nabugbog
Sa score na 2 - 5, sa Rapid kaya kami ay makaabot?
Magkalaro muling nagpanghimok
Panalo ang Mangyan ng mapawi ang usok!

THE GAME IS NOT DONE
(English Translation Of Hindi Pa Tapos Ang Laban)

A dejected and sorrowful night,
when the net is gasping for life;
I felt I abandoned my mates and my team,
For support, I cannot lend them.
It's stressful, it's taxing,
Indeed, tiresome and frustrating!

Loss and demolition are easy to accept,
By swindle, by fork, by intermediary move;
But being cut-off from the game is a fate I can't take,
It's like fighting for your love ones with tied-up arms and fists.

It was looking like a massacre losing 5-2 in Blitz,
Is it even worth our time to go on and play rapid?
But the gallant Tamaraws will never retreat,
Fight to the death for the sake of my team mates.
It was a bloody battle, the wounds were all deep,
But when the dust settled, and when the smokes cleared,
The Mangyans all stood tall, they snatched victory from the jaws of defeat!

Hindi Baling Walang Tulog

Paano ako makakatulog
Kung laging aalog alog
Di bale ng sa labas matulog
Kaysa pagmulat ko ang buto ko ay durog.
Di bale ng walang tulog
kaysa walang gising
Baka kisame ay bumigay
At lumaglag sa akin
Sa lakas ng lindol ako ay napapraning
Di maka concentrate sa pagko computer
Bumaba na lang ako para magpahangin
Laking gulat ko nang aking
mapansin
Mga pasyente ng ospital ay
Nasa Plaza na rin.
Di makatulog sa kagat ng lamok
Di pa siguro ako dadalawin ng antok

Hanggang 3AM pa daw ang Banta ng Lindol
Tiis tiis muna kahit walang katol
Ang yamang lupa pala ay walang halaga
Kung sa isang iglap ay kukunin niya
Kaya tayo ay magbago na
Ang panginoong Diyos ay nagpaparamdam na.

Huwag Ka Nang Magalit!

Sweetie huwag ka nang magalit!
Totoong napagod ako sa pag che-chess
Nag marathon maraming beses
Hanggang nakatulog tawag mo'y di narinig.

Huwag kang mag-ala ala
Dahil ikaw lang sapat na
Sa totoo lang mas nanaisin pa
Na mag chess kaysa kasama ay iba.

Oo marami akong nakikitang Queens
Mayroong mapuputi may maiitim din
Ngunit ako ay walang ibang naisin
Kundi kabilang kaharian ay aking gapiin!

Buhay sa malayo ay tunay na malungkot
Sa kapighatian laging nakagapos
Buti na lang may hilig na natalos
Chess salamat sa pagtubos!

Skyway To Heaven

E e ako ay hanga!
Ang balita ay totoo nga
Kagyat napapikit
Pagmulat nabigla
Kabilis
Parang sibat ni Bathala!
Tingin sa kanan
Tingin sa kaliwa
Dito ay bawal
Mga taong ula**
Di na kailangang
Makipagsabayan
Sa mga trucks at buses
Na ang piloto ay haragan
Bagamat ang bayad
Masakit sa tiyan
Binawi sa bilis
Ang pagsintang tunay!

Hay Buhay!

Eh eh ano ga ang nangyayari?
Covid cases muling dumarami
Gusto mang pamilya ay makatabi
Pipiliing dito na lang pumirmi.
Tunay ka nakakainip!
Eh anong gagawin? Ay di magtiis
Kaysa naman maikulong ko nga sila sa aking bisig
Si Omicron pala ay sa akin nakadikit.
Ligaya ngang minimithi ay nakamit
Baka habang buhay na dusa naman ang kapalit.

Rizal

Mula pagkabata'y kanyang nagisnan
Mga maling palakad ng mga dayuhan
Sa murang isip naging palaisipan
Kaapihang tinamo nitong ating bayan

Sa ibang bansa'y kanyang natanto
Mga katanungang namuo sa puso
Nakipagpalitan ng mga kuro kuro
Mga pangamba'y biglang naglaho

Hindi niya nais ang dagling paglaya
Sa dayuhang ang hatid ay luha
Sa pagsasarili ay hindi pa handa
Pagkat ang bayan ay lipos pa sa dusa

Nais niyay Secularisasyon
Sa bansa Asimilasyon
Sa Cortez Representacion
Upang Pilipinas at Espana'y maging isang nacion.

Mga kahilingan sa atin ay pinagkait
Ito'y ibinulalas sa kanyang panitik
Tinuligsa nya mga Kastilang lintik!
Mga naghaging sakim… gutom… ganid!

Ang Pasko Ni Utoy?!

Maagang nagising
Ulo ay papaling paling
Di alintana na paligid ay madilim
Ito na ang araw walang makapipigil!

Sumugbo sa bath tub
Tunay na kaylamig
Nagbuhos ng tubig
Sa katawang nanginginig.
Dati naman ay
mag iinit pa ng tubig

Pagkat kapag hindi'y
Ngipin ay magngangalit
Iba ngayon ... ngayon ay iba!
Pagkat ngayon araw ng pag-asa
Di ko masabing - anak damulag ka na
Bakit kailangang ikaw ay mamasko pa?

Ang pasko ni utoy may halong panaghoy
Ang bagyong Ursula tila naghahamon
Diyan lang kayo sa inyong posisyon
Bagsik ko ay magsisilbing kumunoy.

Si Ursula ay walang panama!
Kay utoy na nag aadhika
Mga pamangking bata kasama kapagdaka
Namamaybay na papunta sa hilaga.

Happy Nth ...Monthsary Silvics!

Maraming taon na ang nakalipas
Subalit tanda pa ang lahat
Nang ang mapungay mong mata ay nangusap
Matamis mong oo sa akin ay iginawad.

Mga araw, lingo, buwan ay nagdaan
Taon ay tumalima kapagdaka naman
Tayo'y nagpangita sa harap ng altar
Sa hirap o ginhawa walang mang-iiwan.

Mahal ako ay may aaminin
Bago tayo ay wala talagang pagtingin
Lamang habang tumatagal lagi kang napapansin
Umaasang balang araw ikaw ay maging akin.

Salamat sa pag-aalaga mo sa amin
Bilang asawa wala ng mahihiling
Bukod sa halakhak mong nagpapakilig sa akin
Ay makapag Chess ...ang aking lambing.

Hinaing Ng Anak

Tatay...Nay pwede ga
Huwag na kayong mag away
Lagi na lang kayo
Ay nagbabangayayan
Maaari gang mag-usap
Ng masinsinan
Nakakahiya na eh
Sa mga kapitbahay.
Tay alam namin
Maganda ang iyong layon
Kaya lang
Tigilan na pagsi sermon
Bangayan nyo ni Nanay
Itapon na sa kahapon
Sa pagkukumpuni ng bahay
iyong oras ay igugol
Nay wag ka nang
Makipag tsismisan
Kaming mga anak
Iyo na lang alagaan
Magpasupil na
Sa Tatay nating mahal
Ang mabuting adhikain
Iyong suportahan.

Ang Mangyan At Ang Mamay

Pagdating sa Boracay
Kaagad namasyal
Dagliang nagtungo
sa dalampasigan
Nang ang kahabaan
Ng beach ay binabaybay
Biglang may matanda
Akong nakasabay
Utoy ... utoy ... halika... saglit lang
Bagamat sa puso
May kabang dumatal
Di nag atubili
Siya'y pinagbigyan
Bakin baga ho, Mamay?
Utoy halika kita'y huhulaan.
Wala na akong magawa
Kamay ko'y hinawakan
Bigla siyang pumikit
Animoy nagdadasal
Mayamaya ay mumulat
Tumingin sa kawalan...
Utoy pagdating sa CHESS
Ikaw ay HANGAL!

Ano ho? Kagaling!
Paano ninyo nalaman?
Sa katuwaan ko'y
Napabunot
ng isang daan.
Pagkatanggap
Agad siyang namaalam.
Habang ako'y naglakad
Nagmumunimuni naman.
Paano nangyari?
Kapapangita lang
Paano nyang napagtanto
Na Chess ay aking mahal!

Kumusta Ka Kapatid?

Jocel ... Kapatid bigla kitang na miss
Dahil kaya pusod natin dati'y magkadikit?
Huli tayong nagkita sa Malaysia nag chess
At sa Lichess kapag naglalaro sa internet.

Sabi nila Pinas ay maliit
Bakit di tayo makapagkita kahit saglit
Tumawag ako. Dito ako Makati kitakits
Sabi mo'y - ako'y nasa Cavite sa may Oasis

Alam mo ba sa bahay ginagaya ko iyong joke antics
Talaga namang nakakaaliw pagod ay naalis
Kaya lang ng punchline pinakawalan ko sa pamilya kong nakikinig
Sabi ni Aem at Abram - ang Daddy ang corny, joke ni Tito Jocel ay higit.

Hinahanap ka nga pala ni Mel at Alfred
Laro daw kayo ng tongits
Dati daw kasi pinagtulungan ka nila sa intercities
Ang nangyari pera nila ay nasaid.

Ano ga? Kailan tayo ulit magkikita?
Bihira na lang ng tayo'y magkaasawa.
Pagmay chess uli sa Thailand? Vietnam? Indonesia?
Sige tara!

Biglaan

Sweetie bigla kitang na miss
Pocket wifi ko'y naiwan ko sa office
Cellphone ko'y na low bat kakainis
Buti na lang nakita kita sa aking panaginip....

Unang Pasyal

Bata pa ako ng unang mamasyal
Saksi ang librong tunay na kay kapal
Ramdam ko guro ko ay hindi ako mahal
Subalit taimtim na nakikinig kapag kaorasan
.

Ewan ko ba di mawala sa aking isip
Kapag tungkol sa Europa ang nababanggit
Nagsimula noong mga Middle Ages
Dagdagan pa ng Rennaisance ng mga Pranses.

Si Marco Polo na taga Venice
Si Magellan na isang Portuguese
Si Columbus na napakaraming voyages
Mundo ay nabuksan dati ay di malirip!

Sarap mamasyal sa Englatera
Makinig kay Chaucer at Milton na mga kanta
Kay Shakespeare na mga Sonata
Wala ng mahihiling tunay ka!

Nakakatakot nangyari sa Trojan War
Ang mga taga Troy ay naisahan
Pagtangap ng regalo ay iingatan

Lalo na pag sa computer naku virus iyan!

Ay pagkakadami kung napuntahan!
Walang pagod kahit kailan kahit saan
Gayak Santorini, Greece ang pasyalan
Si Madam ako'y binatukan - Noel tulog ka na naman!

Jelma

Taong 2002 nang ako ay itapon
Sa Naga para sa bagong posisyon
Malungkot ngunit naging hamon
Walang pagtanggii dahil trabaho iyon.

Inip ay naghari... sa lungkot ay nagumon
Walang magawa pagkat utos ng Poon.
Mga araw ay lumipas...linggo, buwan, taon
Lilipas din ang lahat pag dating ng panahon.

Minsan ako ay nabulaga!
Mula sa langit may angel na bumaba
Sino kaya aring maganda at batang bata
Ako ay sinilihan... tunay na namangha.

Muling nagpangita noong Officer's meeting
Pangyayaring hindi ko ma imagine
Papaanong ang payak at matimtimang birhen
Sa panghahalina ay magiging magaling?

Kasama ang kakambal sila ay namukadkad
Sa hardin sila ang mga bukong rosas
Kawangis nang musikang kay galing ng kumpas

Kaysarap pakinggan hindi malirip ang sarap!

Subalit tulad ng awit na may katapusan
Kung ano ang dahil at bakit ayaw nang mapakinggan
Walang ibang hiling kundi kapanatagan
Sa iyong pamilya at lahat ... kapayapaan!

Ang Lihim Ng Mangyan

Paano kaya sasabihin
Sa aking mga ginigiliw
Na ako'y andini PITX
Parang basang sisiw

Ano ang isasagot
Kapag tumunog ang messenger
Kumusta ka diyan sa San Jose?
Ikaw ga ay nakakain?

Paano ko sasabihin
Mahal andito ako sa Pasig
Ligaya ay walang pagsidlan
Pagkat nanabik makasama mga kaibigan!

Kumusta na ang gamot mo?
Maintenence wag pabayaan
Opo Mommy aking pinag iigi
Kalaban ko sana ako ay di
mamate.

Paano ko sasabihing
Sa wakas muling nagkasama

Mga haling sa laro nagpangita
Mula Davao hangang Isabela!
Paano sasabihing sa akin ay
May kumalabit
Si Mayor Vico pala ang kulit
Pa Selfie daw kahit isang lang beses!

Paano sasabihin mahal kay tagal
Nang di nakikita ang Mindoro Tamaraws
Na nakikipagbuno sa mga kaaway
Kay sarap pagmasdan
 kumpas ng mga kamay!

Paano sasabihin mahal ang tagal
Ko na dini sa PITX na nag aantay
Baka ako ay makatulog at maalimpungatan
Na wala na ang laptop ko sa aking tabihan.

Hays paano ko sasabihin lihim na kaytagal?
Wala akong tapang na sabihin ng harapan
Kay tagal kung kinimkim aking pinipigilan
Na ang paglalaro ng chess ay aking mas mahal!

About the author

Emmanuel Bandelaria Asi

Emmanuel Bandelaria Asi is currently the Branch Manager of Landbank of the Philippines – Lopez Jaena Branch located in San Jose, Occidental Mindoro. He is formerly the Branch Manager of UCPB San Jose Branch before transferring to Landbank via the celebrated merger of Landbank and UCPB on March 1, 2022. He is happily married to Amor Delas Alas Asi of Ibaan, Batangas who is working at DENR-PENRO in Calapan City. He has two (2) amazing sons – Abram Alexander who is graduating at UPLB with the course of Chemistry while Aemiell Andrews is an scholar at De La Salle – Lipa taking up Biology.

Noel as he is pondly called by his friends used to compose poems and play the game of chess during his spare time. He is one of the few Arena Grand Masters in the FIDE Online Arena. He is the leading organizer of chess in Oriental and Occidental Mindoro. He played in Merdeka, Malaysia Chess Festival in 2019 and won the Board 2 Bronze Medal in the Team Rapid Competition.

www.ingramcontent.com/pod-product-compliance
Lightning Source LLC
LaVergne TN
LVHW041552070526
838199LV00046B/1924